Impressum
Verlag: BABADADA GmbH, Nedderfeld 112 , 22529 Hamburg
Geschäftsführer / Verlagsleitung: Harald Hof
Druck: Books on Demand GmbH, In de Tarpen 42, 22848 Norderstedt

Imprint
Publisher: BABADADA GmbH, Nedderfeld 112 , 22529 Hamburg, Germany
Managing Director / Publishing direction: Harald Hof
Print: Books on Demand GmbH, In de Tarpen 42, 22848 Norderstedt, Germany

ትምህርት ቤት

skola

መማሪያ ክፍል
klases telpa
ማካፈል
dalīt
ሰሌዳ
tāfele
የትምህርት ቤት ቅጥር ግቢ
skolas pagalms
መምህር
skolotājs
ወረቀት
papīrs
መፃፍ
rakstīt
እስክሪብቶ
pildspalva
መፃፊያ ጠረጴዛ
rakstāmgalds
ማስመሪያ
lineāls
መጽሐፍ
grāmata
ተማሪ
skolēns

የጀርባ ቦርሳ

skolas soma

የእርሳስ መያዣ

penālis

እርሳስ

zīmulis

የእርሳስ መቅረጫ

zīmuļu asināmais

ላጲስ

dzēšgumija

የስዕል ደብተር

zīmēšanas bloks

2 ትምህርት ቤት - skola

ስዕል

zīmējums

የቀለም ብሩሽ

ota

የቀለም ሳጥን

krāsas

መቀስ

šķēres

ማጣበቂያ

līme

መልመጃ ደብተር

darba burtnīca

የቤት ስራ

mājas darbs

ቁጥር

skaitlis

መደመር

saskaitīt

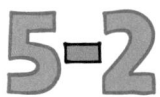

መቀነስ

atņemt

ማባዛት

reizināt

ቁጥሮችን ማስላት

rēķināt

ደብዳቤ

burts

ፊደላት

alfabēts

ቃል

vārds

ፅሑፍ

teksts

ማንበብ

lasīt

ጠመኔ

krīts

ትምህርት

mācību stunda

ምዝገባ

žurnāls

ፈተና

eksāmens

ሰርተፊኬት

liecība

የትምህርት ቤት የደንብ ልብስ

skolas forma

ትምህርት

izglītība

አዉደ ጥበብ

enciklopēdija

ዩኒቨርስቲ

universitāte

የምርምር አጉሊ መሳርያ

mikroskops

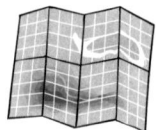

ካርታ

karte

የቆሻሻ ወረቀት መጣያ ቅርጫት

papīrgrozs

ሆቴል
viesnīca
Grand
ማረፊያ ቤት
hostelis
የዉጭ ገንዘብ ምንዛሪ ቢሮ
valūtas maiņas punkts
ልብስ መያዣ
ሻንጣ
čemodāns
መኪና
automašīna

ቋንቋ

Valoda

አዎ/ አይደለም

jā / nē

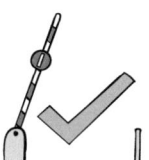

እሺ

Okay

ሰላም

Sveiki!

አስተርጓሚ

tulks

አመሰግናለሁ

paldies

ስንት ነዉ.......?

Cik maksā...?

አልገባኝም

Es nesaprotu

እክል

problēma

እንደምን አመሹ!

Labvakar!

እንደምን አደሩ!

Labrīt!

መልካም ምሽት!

Ar labu nakti!

ደህና ይሰንብቱ

Uz redzēšanos

አቅጣጫ

virziens

ሻንጣ

bagāža

ቦርሳ

soma

የጀርባ ቦርሳ

mugursoma

እንግዳ

viesis

ክፍል

istaba

የመተኛ ቦርሳ

guļammaiss

ድንኳን

telts

የጎብኚዎች መረጃ

tūrisma informācija

የባህር ዳርቻ

pludmale

ክሬዲት ካርድ

kredītkarte

ቁርስ

brokastis

ምሳ

pusdienas

እራት

vakariņas

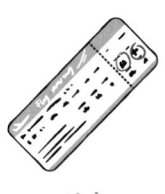

ቲኬት

biļete

አሳንሰር

lifts

ማህተም

pastmarka

ድንበር

robeža

ባህሎች

muita

ኤምባሲ

vēstniecība

ቪዛ/የይለፍ ወረቀት

vīza

ፓስፖርት

pase

መጓጓዣ

transports

አዉሮፕላን
lidmašīna
መርከብ
kuģis
የእሳት አደጋ መኪና
ugunsdzēsēju mašīna
autobuss
የጭነት መኪና
kravas automašīna
የሞተር ጀልባ
motorlaiva
ብስክሌት
velosipēds
መኪና
automašīna

የማመላለሻ ጀልባ

prāmis

ጀልባ

laiva

የሞተር ብስክሌት

motocikls

የፖሊስ መኪና

policijas automašīna

የዉድድር መኪና

sacīkšu automobilis

የኪራይ መኪና

nomas auto

የመኪና መጋራት

auto koplietošana

ጎታች መኪና

evakuators

የቆሻሻ ጭነት መኪና

atkritumu mašīna

ሞተር

dzinējs

ነዳጅ

benzīns

የቤንዚን ማደያ

degvielas uzpildes stacija

የመንገድ ምልክት

ceļa zīme

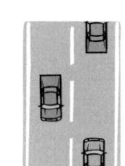

የመኪኖች እንቅስቃሴ

satiksme

የመኪና መጨናነቅ

sastrēgums

የመኪና ማቆሚያ

stāvvieta

የባቡር ጣቢያ

dzelzceļa stacija

የባቡር ሀዲዶች

sliedes

ባቡር

vilciens

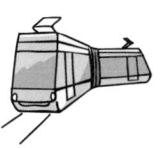

የኤሌክትሪክ ባቡር

tramvajs

ሰረገላ

vagons

ሄሊኮፕተር

helikopters

አየር ማረፊያ

lidosta

ማማ

tornis

መንገደኛ

pasažieris

ማስቀመጫ፤ ማጠራቀሚያ

konteiners

ካርቶን እቃ ማሸጊያ

kaste

ጋሪ፤ ተሳቢ

ratiņi

ቅርጫት

grozs

መነሳት/ ማረፍ

pacelties / nosēsties

ከተማ

pilsēta

መንደር

ciems

የከተማ ማዕከል

pilsētas centrs

ቤት

māja

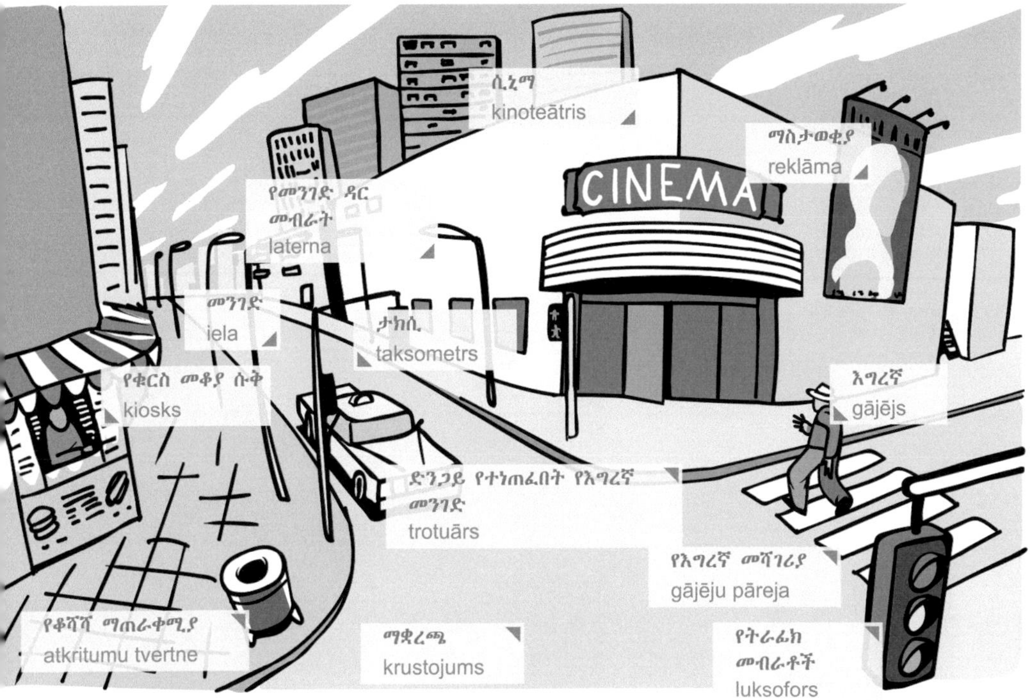

ሲኒማ
kinoteātris
CINEMA
ማስታወቂያ
reklāma
የመንገድ ዳር መብራት
laterna
መንገድ
iela
ታክሲ
taksometrs
የቁርስ መቆያ ሱቅ
kiosks
እግረኛ
gājējs
ድንጋይ የተነጠፈበት የእግረኛ መንገድ
trotuārs
የእግረኛ መሻገሪያ
gājēju pāreja
የቆሻሻ ማጠራቀሚያ
atkritumu tvertne
ማቋረጫ
krustojums
የትራፊክ መብራቶች
luksofors

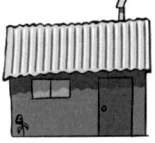

ጎጆ

būda

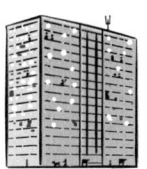

አፓርታማ

dzīvoklis

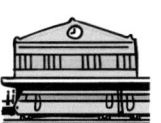

የባቡር ጣቢያ

dzelzceļa stacija

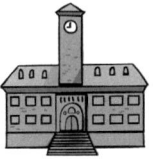

የከተማ አዳራሽ

rātsnams

MUSEUM

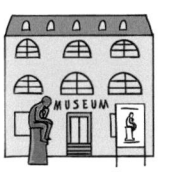

ቤተ መዘክር

muzejs

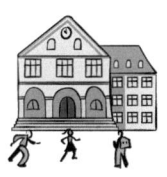

ትምህርት ቤት

skola

ዩኒቨርስቲ

universitāte

ባንክ

banka

ሆስፒታል

slimnīca

ሆቴል

viesnīca

መድሐኒት ቤት

aptieka

ቢሮ

birojs

መፅሐፍ መሸጫ

grāmatnīca

ሱቅ

veikals

የአበባ መሸጫ

ziedu veikals

የሸቀጣ ሸቀጥ መደብር

lielveikals

ገበያ ስፍራ

tirgus

መደብር

tirdzniecības centrs

የዓሳ ነጋዴ

zivju tirgotājs

የገበያ ማዕከል

tirdzniecības centrs

ወደብ

osta

መናፈሻ ቦታ

parks

አግዳሚ ወንበር

sols

ድልድይ

tilts

ደረጃዎች

kāpnes

ዉስጥ ለዉስጥ

metro

ዋሻ

tunelis

የአዉቶቡስ ፌርማታ

autobusa pieturvieta

ባር

bārs

ምግብ ቤት

restorāns

የፖስታ ሳጥን

pastkastīte

የመንገድ ምልክት

ielas nosaukuma plāksne

የመኪና ማቆሚያ ሒሳብ የሚያሰላ ማሽን

stāvlaika skaitītājs

የደር እንስሳት ማቆያ

zooloģiskais dārzs

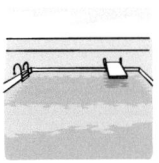

የመዋኛ ገንዳ

peldbaseins

መስጊድ

mošeja

እርሻ

zemnieku saimniecība

የሚበክል ነገር

vides piesārņojums

መቃብር ስፍራ

kapsēta

ቤተ ክርስቲያን

baznīca

መጫወቻ ሜዳ

spēļu laukums

ቤተ መቅደስ

templis

መልከዓምድር

ainava

ቅጠል
lapa
የመንገድ ላይ ምልክት
ceļrādis
መንገድ
ceļš
አረንጓዴ መስክ
pļava
ድንጋይ
akmens
በእግሩ የሚጓዝ
ceļotājs
ዛፍ
koks
ወንዝ
upe
ሳር
zāle
አበባ
puķe

ሸለቆ

ieleja

ኮረብታ

kalns

ሀይቅ

ezers

ጫካ

mežs

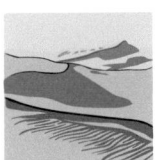

በረሃ

tuksnesis

እሳተ ገሞራ

vulkāns

ግምብ

pils

ቀስተ ዳመና

varavīksne

እንጉዳይ

sēne

የቴምብር ዛፍ/ ዘንባባ

palma

ቢንቢ/ የወባ ትንኝ

moskīts

በራሪ

muša

ጉንዳን

skudra

ንብ

bite

ሸረሪት

zirneklis

ጢንዚዛ

vabole

እንቁራሪት

varde

ሽኮኮ

vāvere

ጃርት

ezis

ጥንቸል

zaķis

ጉጉት ወፍ

pūce

ወፍ

putns

የዉሃ ዳክዬ

gulbis

ከርከሮ

meža cūka

አጋዘን

briedis

አጋዘን

alnis

ግድብ

aizsprosts

በነፋስ የሚሽከረከር

vēja ģenerators

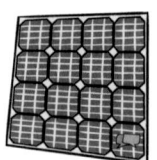

የፀሀይ ፓኔሎ

saules baterija

አየር ንብረት

klimats

ምግብ ቤት

restorāns

አስተናጋጅ
viesmīlis
ማዉጫ
ēdienkarte
ወንበር
krēsls
ሾርባ
zupa
ፒዛ
pica
መክተፊያ
galda piederumi
የጠረጴዛ ጨርቅ
galdauts

የምግብ ፍላጎትን የሚከፍት ምግብ

uzkoda

ዋና ምግብ

pamatēdiens

ማጣጣሚያ ተከታይ ምግብ

deserts

መጠጦች

dzērieni

ምግብ

ēdiens

ጠርሙስ

pudele

ፈጣን ምግብ

ātrās uzkodas

የመንገድ ምግብ

ielu uzkodas

የሻይ ማንቆርቆሪያ

tējkanna

የስኳር እቃ

cukurtrauks

ድርሻ

porcija

የቡና ማፊያ ማሽን

espresso kafijas automāts

ባለጌ ወንበር

bāra krēsls

የክፍያ ደረሰኝ

rēķins

ትሪ

paplāte

ቢላዋ

nazis

ሹካ

dakša

ማንኪያ

karote

የሻይ ማንኪያ

tējkarote

ልብስ ምግብ እንዳይነካ የሚረዳ ጨርቅ

salvete

ብርጭቆ

glāze

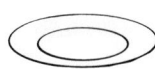

ዝርግ ሰሀን

šķīvis

የሾርባ ጎድጓዳ ሰሀን

zupas šķīvis

የስኒ ማስቀመጫ

apakštase

ማጣፈጫ ስጎ

mērce

የጨዉ እቃ

sāls trauciņš

የተፈጨ ቃሪያ

piparu dzirnaviņas

ኮምጣጤ

etiķis

የምግብ ዘይት

eļļa

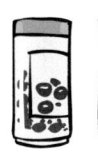

ቀመማ ቅመሞች

garšvielas

የቲማቲም ድልህ

kečups

ሰናፍጭ

sinepes

ማዮኒዝ

majonēze

የሸቀጣ ሸቀጥ መደብር

lielveikals

ልዩ አቅራቦት
piedāvājums
FOR
ደምበኛ
klients
የወተት ተዋፅዖ
piena produkti
ፍራፍሬ
augļi
ባለ ጎማ የእጅ ጋሪ
iepirkumu ratiņi

ሉካንዳ ነጋዴ

kautuve

መጋገርያ

maizes veikals

ክብደት መመዘን

svērt

ቅጠላ ቅጠል አትክልት

dārzeņi

ስጋ

gaļa

የቀዘቀዘ/የረጋ ምግብ

saldēti produkti

ቀዝቃዛ ቁራጭ

auksts gaļas uzkodas

የታሸገ ምግብ

konservi

የማጠቢያ ዱቄት

pulveris

ጣፋጮች

saldumi

የቤት ዉስጥ ዉጤቶች

mājsaimniecības preces

የፅዳት ምርቶች

tīrīšanas līdzeklis

የሽያጭ ባለሙያ

pārdevēja

የገንዘብ መመዝቢያ ማሽን

kase

የሒሳብ ሰራተኛ

kasieris

የግዢ ዝርዝር

iepirkumu saraksts

ክፍት ሰዓታት

darba laiks

የኪስ ቦርሳ

maks

ክሬዲት ካርድ

kredītkarte

ቦርሳ

soma

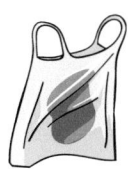

የፕላስቲክ ቦርሳ

maisiņš

መጠጦች

dzērieni

ዉሃ

ūdens

ጭማቂ

sula

ወተት

piens

ኮካ-ኮላ

kola

ወይን

vīns

ቢራ

alus

አልኮል

alkohols

ኮካ

kakao

ሻይ

tēja

ቡና

kafija

የተፈላ ቡና

espresso

ካፕቺኖ

kapučīno

ምግብ
ēdiens

ሙዝ

banāns

ፖም

ābols

ብርቱካን

apelsīns

ሀብሀብ

melone

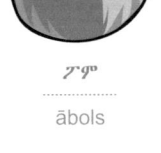

ሎሚ

citrons

ካሮት

burkāns

ነጭ ሽንኩርት

ķiploks

ሽምበቆ

bambuss

ቀይ ሽንኩርት

sīpols

እንጉዳይ

sēne

ለዉዝ

rieksti

የህፃናት ምግብ

makaroni

ፓስታ

spageti

ሩዝ

rīsi

ሰላጣ

salāti

የድንች ጥብስ

frī kartupeļi

ድንች ጥብስ

cepti kartupeļi

ፒዛ

pica

ዳቦ ዉስጥ በስሱ ተጠብሶ የገባ ስጋ

hamburgers

ሳንድዊች

sviestmaize

ጥሬ ስጋ

šnicele

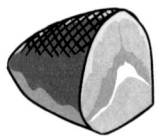

የአሳማ ስጋ

šķiņķis

በቅመምና በጨዉ የታሸ ምግብ ቀዝቅዞ የሚበላ ሾርባ ምግብ

salami

ቋሊማ

desa

ዶሮ

vista

ጥብስ

cepetis

አሳ

zivs

የአጃ ገንፎ

auzu pārslas

ከወተት ጋር ተደባልቀዉ የሚበሉ
ምግቦች
muslis

የበቆሎ ቅርፊት

brokastu pārslas

ዱቄት

milti

ኩራሳ

radziņš

ድብልብል ዳቦ

brokastu maizītes

ዳቦ

maize

መጥበስ

tostermaize

ብስኩት

cepumi

ቅቤ

sviests

እርጎ

biezpiens

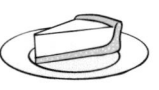

ኬክ

kūka

እንቁላል

ola

እንቁላል ጥብስ

cepta ola

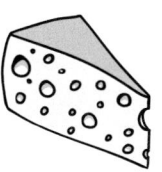

አይብ

siers

የበረዶ ክሬም

saldējums

ስኳር

cukurs

ማር

medus

ማርማላት

marmelāde

የተናጠ የወተት ክሬም

riekstu krēms

ማጣፈጫ

karijs

እርሻ

zemnieku saimniecība

የገበሬ ቤት
zemnieka māja
የእህልና የከብት ማቀመጫ ቤት
šķūnis
ፈረስ
zirgs
የጭድ ክምር
salmu rullis
ሜዳ
lauks
ተሳቢ መኪና
piekabe
የእርሻ መኪና
traktors
የፈረስ ዉርንጭላ
kumeļš
አህያ
ēzelis
በግ
aita
የበግ ጠቦት
jērs

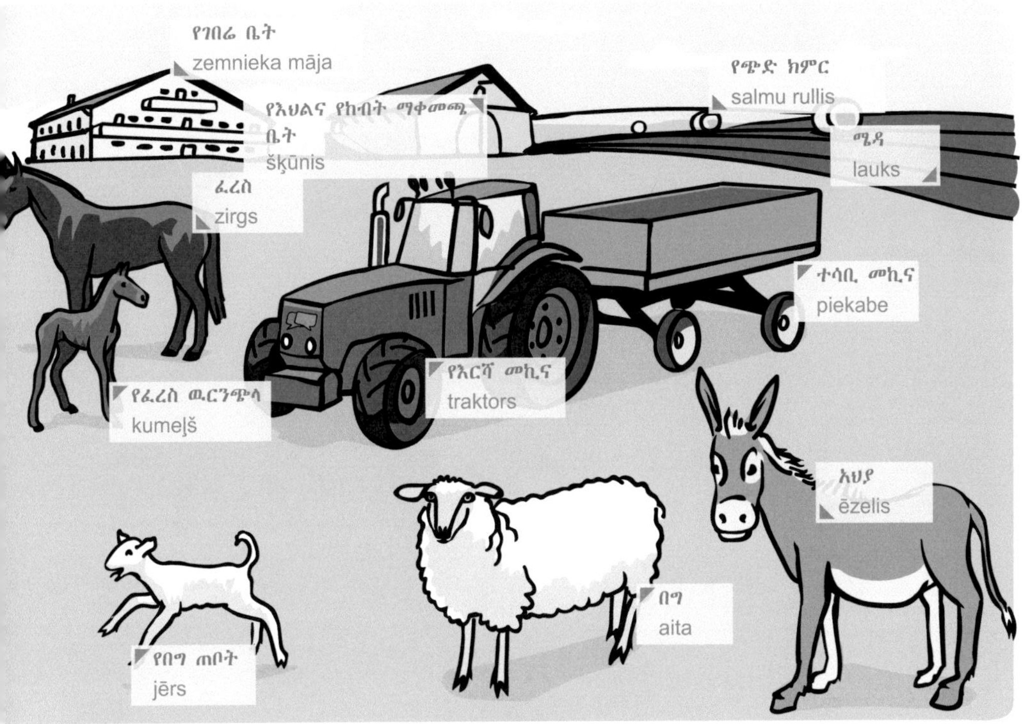

ፍየል

kaza

ላም

govs

ጥጃ

teļš

አሳማ

cūka

ግልገል አሳማ

sivēns

ኮርማ

bullis

ዝይ

zoss

ዳክዬ

pīle

የዶሮ ጫጩት

cālis

ዶር

vista

አዉራ ዶሮ

gailis

አይጥ

žurka

ደድመት

kaķis

አይጥ

pele

በሬ

vērsis

ዉሻ

suns

የዉሻ ቤት

suņa būda

የአትክልት ቦታ

dārza šļūtene

ዉሃ ማጠጫ ባልዲ

lejkanna

ረጅም ማጭድ

izkapts

ማረሻ

arkls

ማጭድ

sirpis

መኮትኮቻ

kaplis

የእህል መንሽ

mēslu dakša

መጥረቢያ

cirvis

ኩርኩር/ የእጅ ጋሪ

ķerra

ገንዳ

sile

የወተት ዕቃ

piena kanna

ጆንያ ከረጢት

maiss

አጥር

žogs

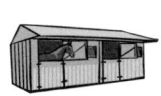

የፈረስ ጋጣ

kūts

ዕፅዋት ማሳደጊያ የመስታዉት ቤት

siltumnīca

አፈር

augsne

ዘር

sēklas

የመሬት ማዳበሪያ

mēslojums

ጥምር ማረሻ

kombains

አዝመራ መሰብሰብ

novākt ražu

አዝመራ

raža

ድንች

jamss

ስንዴ

kvieši

ሶያ

soja

ድንች

kartupelis

በቆሎ

kukurūza

የከብት መኖ

rapsis

የፍሬ ዛፍ

augļu koks

የካሳቫ ዛፍ

manioka

እህል

labība

ቤት

māja

የጢስ ማዉጫ
skurstenis
ጣራ
jumts
አሸንዳ
lietus noteka
መስኮት
logs
ጋራዥ
garāža
የበር ደወል
durvju zvans
በር
durvis
የቆሻሻ ማጠራቀሚያ
atkritumu spainis
ፖስታ ሳጥን
pastkastīte
የአትክልት ቦታ
dārzs

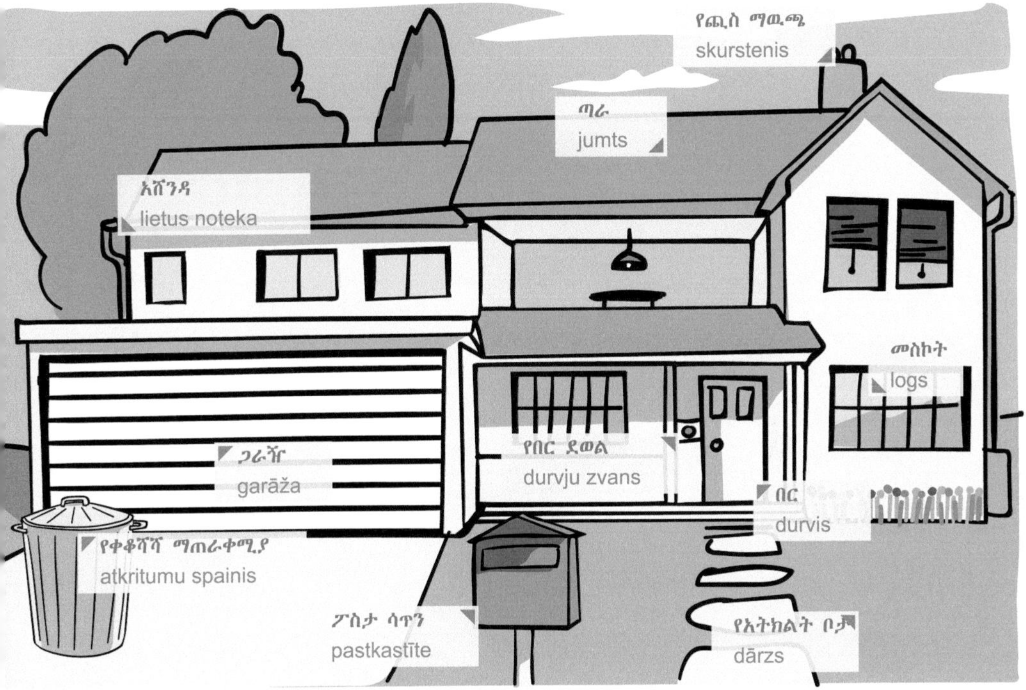

ሳሎን

viesistaba

መታጠቢያ ቤት

vannas istaba

ማድቤት

virtuve

መኝታ ቤት

guļamistaba

የልጅ ክፍል

bērnu istaba

መመገቢያ ክፍል

ēdamistaba

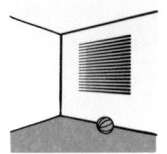

ወለል

grīda

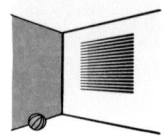

ግድግዳ

siena

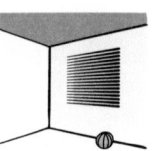

ጣሪያ

griesti

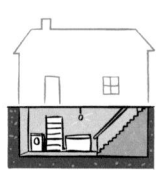

ምድር ቤት

pagrabs

በእንፋሎት ሙቀት መታጠቢያ ቤት

sauna

ሰገነት

balkons

ከፍ ያለ መደብ

terase

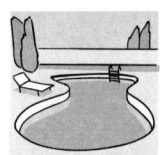

የመዋኛ ገንዳ

baseins

የማጨጃ መኪና

zāles pļāvējs

አንሶላ

gultas veļa

የአልጋ ልብስ

sega

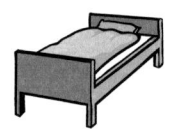

አልጋ

gulta

መጥረጊያ

slota

ባልዲ

spainis

ማብሪያና ማጥፊያ

slēdzis

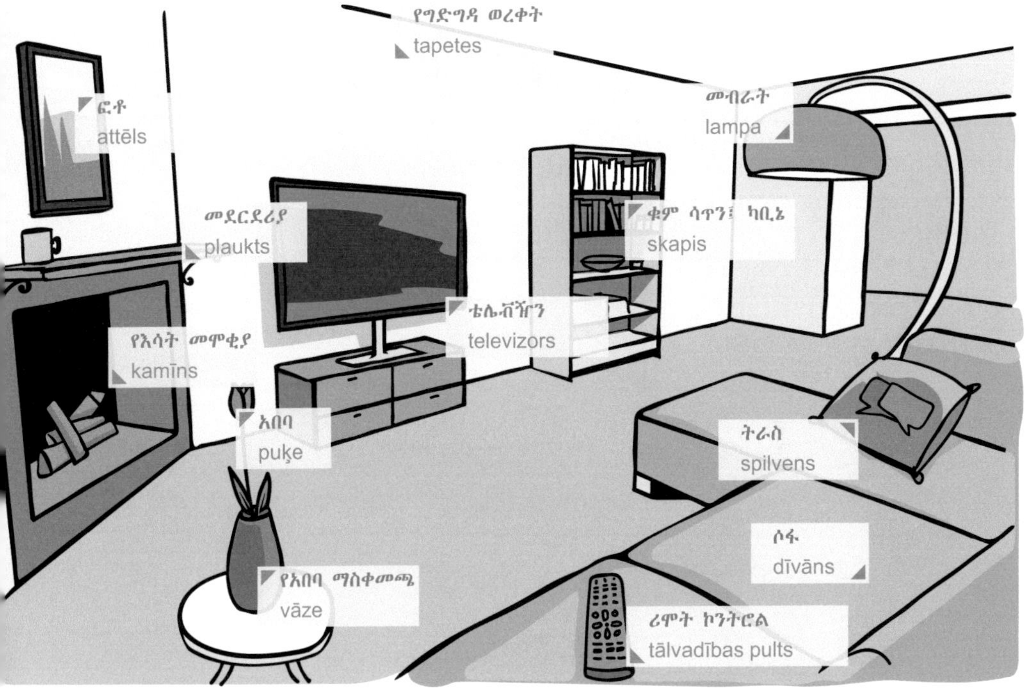

የግድግዳ ወረቀት
► tapetes

ፎቶ
attēls

መብራት
lampa ◄

መደርደሪያ
► plaukts

ቁም ሳጥን፣ ካቢኔ
skapis

ቴሌቭዥን
► televizors

የእሳት መሞቂያ
kamīns

አበባ
puķe

ትራስ
spilvens ◄

ሶፋ
dīvāns ◄

የአበባ ማስቀመጫ
vāze

ሪሞት ኮንትሮል
tālvadības pults

ንጣፍ

paklājs

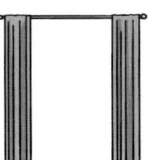

መጋረጃ

aizkars

ጠረጴዛ

galds

ወንበር

krēsls

ተወዛዋዥ ወንበር

šūpuļkrēsls

ባለመደገፊያ ወንበር

atpūtas krēsls

መጽሐፍ

grāmata

ብርድ ልብስ

sega

ጌጥ

dekorācija

ማገዶ

malka

ፊልም

filma

የሙዚቃ መማጫወቻ

mūzikas centrs

ቁልፍ

atslēga

ጋዜጣ

avīze

ስዕል

glezna

የተለጠፈ ማስታወቂያ እንደ ስዕል

plakāts

ራዲዮ

radio

ማስታወሻ ደብተር

pierakstu blociņš

የአየር ማፅጃ ለምንጣፍ

putekļu sūcējs

ቁልቋል

kaktuss

ሻማ

svece

ማድቤት
virtuve

ማቀዝቀዣ
ledusskapis
ማይክሮዌቭ ምግብ ማብሰያ
mikroviļņu krāsns
የኩሽና መመዘኛ ሚዛን
virtuves svari
ዳቦ መጥበሻ
tosteris
ንፁህ ማድረጊያ
tīrīšanas līdzekļi
ምድጃ
cepeškrāsns
ማቀዝቀዣ
saldēšanas kamera
የቆሻሻ ማጠራቀሚያ
atkritumu spainis
እቃ ማጠቢያ
trauku mazgājamā mašīna

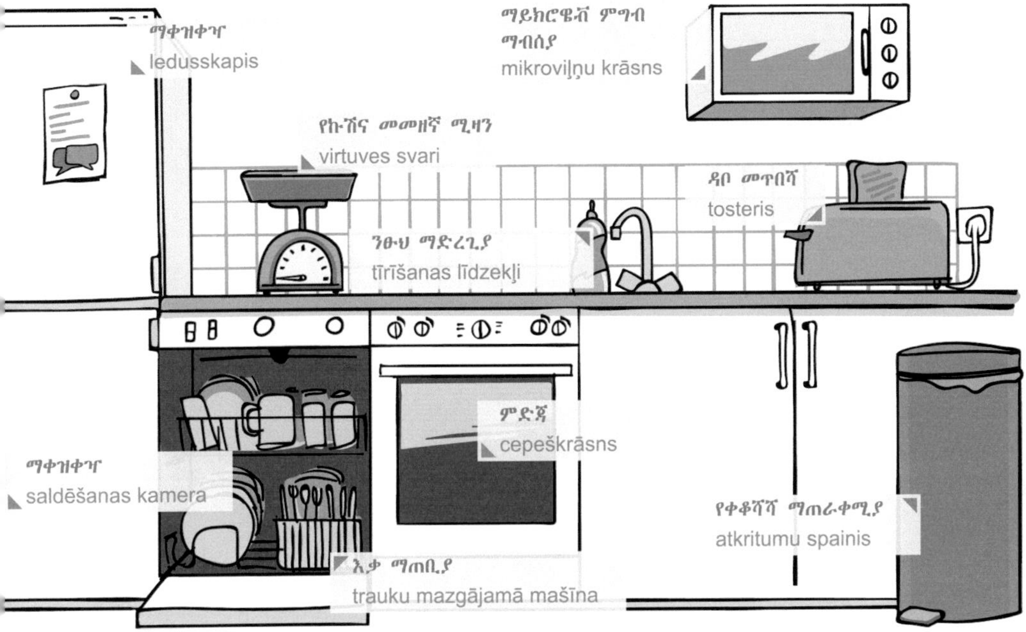

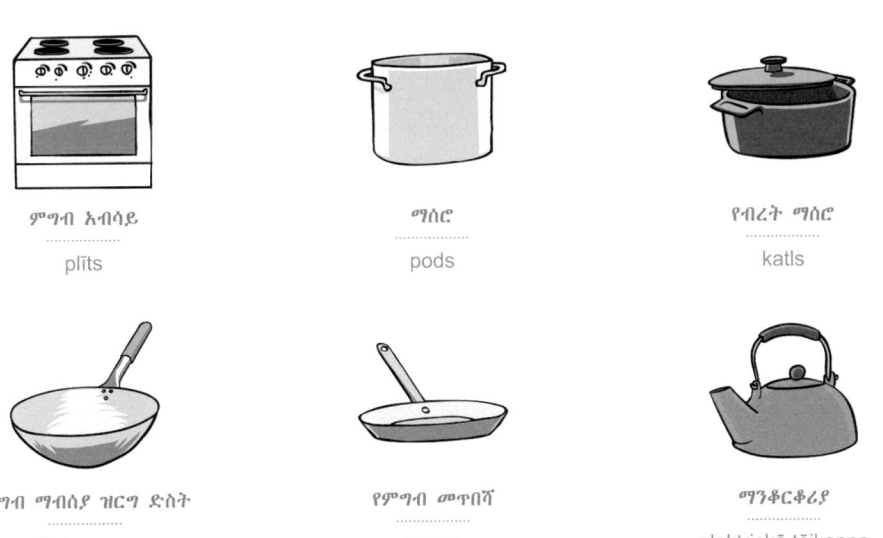

ምግብ አብሳይ

plīts

ማሰሮ

pods

የብረት ማሰሮ

katls

ምግብ ማብሰያ ዝርግ ድስት

Wok panna

የምግብ መጥበሻ

panna

ማንቆርቆሪያ

elektriskā tējkanna

የእንፋሎት ማብሰያ

tvaika katls

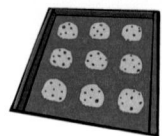

የመጋገሪያ ትሪ

cepešpanna

ሰብስቦች

trauki

ትልቅ ኩባያ

krūze

ጎድጓዳ ሳህን

bļoda

ቾፕስቲክስ

irbulīši

ጭልፋ

kauss

መስቅሰቂያ ዝርግ ማንኪያ

lāpstiņa

ማደባለቂያ

putošanas slotiņa

መወጠሪያ

sietiņš

ወንፊት

siets

መፈርፈሪያ መሳሪያ

rīve

ሲሚንቶ

piesta

የፍም ጥብስ

grilēt

የተለቀቀ እሳት

atklāts pavards

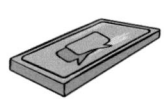

መክተፊያ

dēlis

ተንሸራታች መርፌ

mīklas rullis

የጠርሙስ መክፈቻ

korķu viļķis

ጣሳ

bundža

የጣሳ መክፈቻ

konservu nazis

የማሰሮ መሸፈኛ

virtuves cimdi

ሳህን ማጠቢያ

izlietne

ብሩሽ

birste

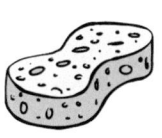

ስፖንጅ

sūklis

መደባለቂያ መሳሪያ

mikseris

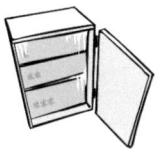

በጣም ማቀዝቀዣ

saldētava

ጡጦ

bērna pudelīte

ቧንቧ

ūdenskrāns

መታጠቢያ ቤት

vannas istaba

ማሞቂያ
apkure
መታጠቢያ
duša
ፎጣ
dvielis
የመታጠቢያ ቤት መጋረጃ
dušas aizkari
የአረፋ መታጠቢያ
vannas putas
የመታጠቢያ ገንዳ
vanna
ብርጭቆ
glāze
የልብስ ማጠቢያ
veļas mašīna
ቧንቧ
ūdenskrāns
ማዕዘን ወለል
flīzes
ፖፖ
podiņš
ሳህን ማጠቢያ
izlietne

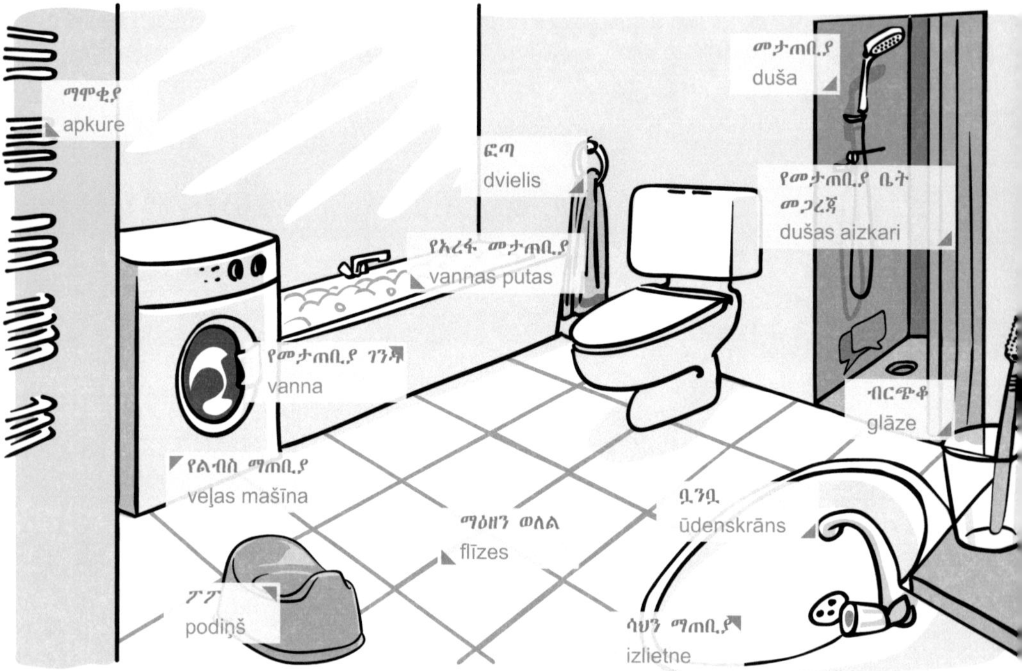

ሽንት ቤት

tualetes pods

የሽንት ቤት መቀመጫ

Āzijas tipa tualete

ሳፋ

bidē

የመንገድ ዳር መሽኛ

pisuārs

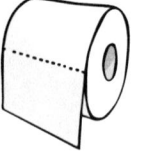

የሽንት ቤት ወረቀት

tualetes papīs

የሽንት ቤት ማፅጃ ብሩሽ

tualetes birste

የጥርስ ብሩሽ

zobu birste

የጥርስ ሳሙና

zobu pasta

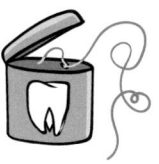

የጥርስ ማፅጃ ክር

zobu diegs

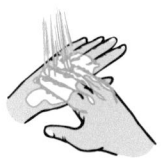

መታጠብ

mazgāt

የእጅ መታጠቢያ

rokas duša

መታጠቢያ

duša

ጎድጓዳ ሳህን

bļoda

የጀርባ ብሩሽ

muguras mazgāšanas birste

ሳሙና

ziepes

መታጠቢያ የሚዝለገለግ ሳሙና

dušas želeja

የፀጉር መታጠቢያ ሳሙና

šampūns

ለስላሳ ጨርቅ

mazgāšanas drāna

ፍሳሽ

noteka

ክሬም

krēms

ጠረን መቀየሪያ ንጥረ ነገር

dezodorants

መስታወት

spogulis

የእጅ መስታወት

spogulītis

ምላጭ

skuveklis

የመላጫ አረፋ

skūšanās putas

ከመላጨት በኋላ የሚቀባ ሽቱ

losjons pēc skūšanās

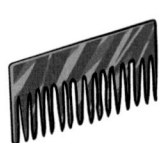

ማበጠሪያ

ķemme

ብሩሽ

matu suka

የፀጉር ማድረቂያ

matu fēns

በፀጉር ላይ የሚነፋ

matu laka

የፊት መቀባቢያ

grima komplekts

የከንፈር ቀለም

lūpu krāsa

የጥፍር ቀለም

nagulaka

የጥጥ ሱፍ

vate

ጥፍር መቁረጫ

šķērītes

ሽቶ

smaržas

ማጠቢያ ባልዲ

....

kosmētikas maks

መቀመጫ

....

ķeblītis

ሚዛን

....

svari

የመታጠቢያ ልብስ

....

halāts

የላስቲክ ጓንት

....

tīrīšanas cimdi

ሞዴስ

....

tampons

የፅዳት ፎጣ

....

pakete

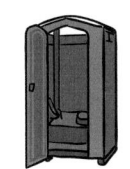

የሽንት ቤት ኬሚካል

....

ķīmiskā tualete

የልጅ ክፍል

bērnu istaba

የማንቂያ ደወል ሰዐት
modinātājs
የህፃን አሻንጉሊት
mīkstā rotaļlieta
የመጫወቻ መኪና
spēļu automašīna
ማንገጫገጫ መጫወቻ
grabulis
ስጦታ
dāvana
የአሻንጉሊት ቤት
leļļu māja

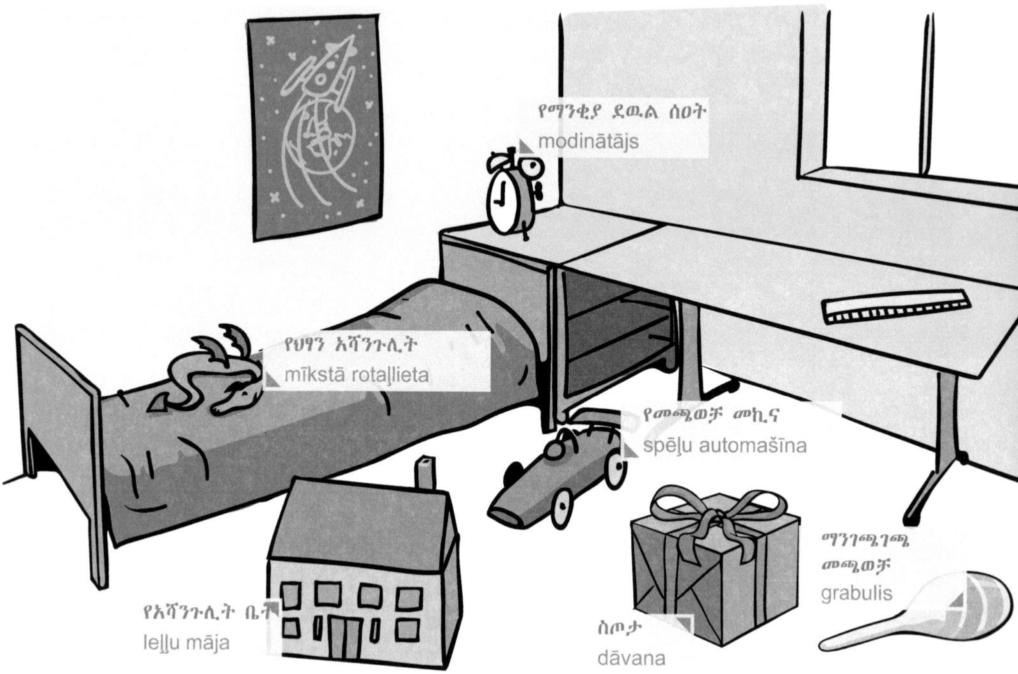

ፊኛ

balons

አልጋ

gulta

የህፃን ማንሸራሸሪያ ጋሪ

bērnu ratiņi

የካርታ መጫወቻ

kārtis

ቁርጥራጭ ምስሎችን የማገጣጠም እና ምስል የማግኘት ጨዋታ

puzle

አዝናኝ

komikss

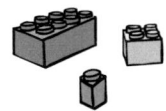

ተገጣጣሚ መጫወቻ

LEGO klucīši

የመጫወቻ መገጣጠሚያዎች

klucīši

የድርጊት ምስል

varoņu figūra

የህፃን እድገት

rāpulītis

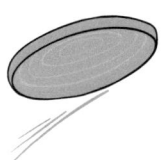

የፕላስቲክ መጫወቻ ዝርግ ሰሀን

lidojošais šķīvītis

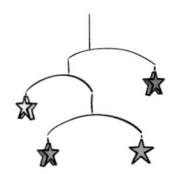

ተወዛዋዥ የህፃን ማጫወቻ

muzikālais karuselis

የሰሌዳ ጨዋታ

galda spēle

የመጫወቻ ጠጠር

metamais kauliņš

የመጫወቻ ባቡር

rotaļu dzelzceļš

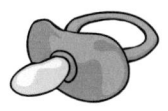

የእንጀራ እናት ጡጦ

māneklis

ድግስ

ballīte

የስዕል መፅሀፍ

bilžu grāmata

ኳስ

bumba

አሻንጉሊት

lelle

መጫወት

spēlēt

የአሸዋ መጫወቻ

smilšu kaste

ዥዋዥዌ

šūpoles

መጫወቻዎች

rotaļlietas

የቪዲዮ መጫወቻ

spēļu konsole

ባለ ሶስት ጎማ ብስክሌት

trīsritenis

የአሻንጉሊት ድብ

plīša lācītis

ቁምሳጥን

drēbju skapis

አልባሳት

apģērbs

ካልሲዎች

īszeķes

ስቶኪንጎች

zeķes

ታይት

zeķbikses

የአንገት ልብስ
šalle

ጥንጥላ
lietussargs

ክናቴራ
T-krekls

ቀበቶ
siksna

ቡቲ
zābaks

የቤት ዉስጥ ነጠላ ጫማ
čības

ስኒከሮች
botas

ነጠላ ጫማዎች
sandales

ጫማዎች
kurpes

የጎማ ቡትስ
gumijas zābaki

ሙታንታ
apakšbikses

ጡት መያዣ
krūšturis

ሰደርያ
apakškrekls

ሰዉነት

bodijs

ሱሪዎች

bikses

ጅንስ

džinsi

ጉርድ ቀሚስ

svārki

ሸሚዝ

blūze

ሸሚዝ

krekls

የሚጠለቅ ሹራብ

pulovers

ሹራብ

džemperis

ዩኒፎርም ጃኬት

žakete

ጃኬት

jaka

ኮት

mētelis

የዝናብ ኮት

lietus mētelis

ልብስ

kostīms

ቀሚስ

kleita

የሙሽራ ቀሚስ

kāzu kleita

ሱፍ

uzvalks

የለሊት ልብስ

naktskrekls

የለሊት ልብስ

pidžama

ረጅም ቀሚስ

sari

ሂጃብ

lakats

ጥምጣም

turbāns

ቡርቃ

burka

ሽርጥ

kaftāns

አባያ

abaja

የዋና ልብስ

peldkostīms

አጭር ቁምጣ

peldbikses

ቁምጣዎች

šorti

የስራ ቱታ

treniņtērps

ሽርጥ

priekšauts

ጓንት

cimdi

ቁልፍ

poga

መነፅር

brilles

አምባር

rokassprādze

የአንገት ሀብል

kaklarota

ቀለበት

gredzens

የጆሮ ጌጥ

auskars

ኮፍያ

cepure

የኮት መስቀያ

drēbju pakaramais

ኮፍያ

platmale

ከረቫት

kaklasaite

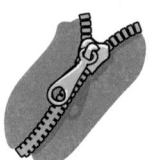

ዚፕ

rāvējslēdzējs

የብረት ቆብ

ķivere

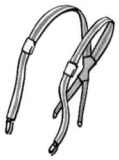

መደገፊያ

bikšturi

የትምህርት ቤት የደንብ ልብስ

skolas forma

የደንብ ልብስ

uniforma

መሃረብ

priekšautiņš

የእንጀራ እናት ጡጦ

māneklis

ሽንት ጨርቅ

autiņbiksītes

ቢሮ

birojs

ማሰራጫ ጣቢያ
serveris
የፋይል መደርደሪያ ካቢኔ
dokumentu skapis
የህትመት መሳሪያ
printeris
ወረቀት
papīrs
መቆጣጠሪያ
monitors
pele
መፃፊያ ጠረጴዛ
rakstāmgalds
ማህደር
dokumentu vāki
የመፃፊ ቁልፎች
klaviatūra
የቆሻሻ ወረቀት መጣያ ቅርጫት
papīrgrozs
ኮምፒዉተር
dators
ወንበር
krēsls

የቡና መጠጫ ትልቅ ኩባያ

kafijas krūze

ማስልያ ማሽን

kalkulators

ኢንተርኔት

internets

ላፕቶፕ

portatīvais dators

ደብዳቤ

vēstule

መልዕክት

ziņa

ተንቀሳቃሽ ስልክ

mobilais tālrunis

የግንኙነት አዉታር

tīkls

ማባዣ ማሽን

kopētājs

ሶፍትዌር

programmatūra

ስልክ

telefons

የግድግዳ ሶኬት

rozete

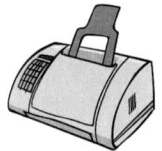

የፋክስ ማሽን

faksa aparāts

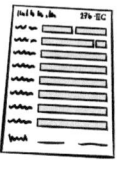

ቅፅ

formulārs

ሰነድ

dokuments

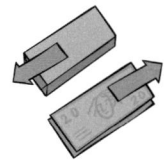

መግዛት

pirkt

መክፈል

samaksāt

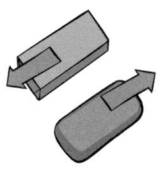

መነገድ

tirgot

ገንዘብ

nauda

USD

ዶላር

dolārs

EUR

ዩሮ

eiro

JPY

የን

jēna

RUB

ሩብል

rublis

CHF

የስዊዝ ፍራንክ

franks

CNY

ሬንሚንቢ ዩዋን

juaņa renminbi

INR

ሩጲ

rūpija

የገንዘብ ነጥብ

bankomāts

የዉጭ ገንዘብ ምንዛሪ ቢሮ

valūtas maiņas punkts

ወርቅ

zelts

ብር

sudrabs

ዘይት

nafta

ሀይል ፤ ጉልበት

enerģija

ዋጋ

cena

ግንኙነት

līgums

ቀረጥ

nodoklis

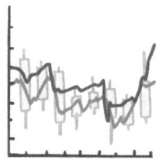

አክስዮን

akcija

መስራት

strādāt

ተቀጣሪ

darbinieks

ቀጣሪ

darba devējs

ፋብሪካ

fabrika

ሱቅ

veikals

የስራ ሙያዎች

profesijas

የእሳት አደጋ ሰራተኛ
ugunsdzēsējs
የፖሊስ አዛዥ
policists
ምግብ አብሳይ
pavārs
ዶክተር
ārsts
አብራሪ
pilots

አትክልተኛ

dārznieks

አናጢ

galdnieks

ልብስ ሰፊ ሴት

šuvēja

ዳኛ

tiesnesis

ቀማሚ

ķīmiķis

ተዋናይ

aktieris

የአዉቶቢስ ሹፌር

autobusa vadītājs

የታክሲ ሹፌር

taksometra vadītājs

አሳ አጥማጅ

zvejnieks

ፅዳት ሰራተኛ

apkopēja

የጣራ ሰራተኛ

jumiķis

አስተናጋጅ

viesmīlis

አዳኝ

mednieks

ሰዓሊ

gleznotājs

ጋጋሪ

maiznieks

የኤሌትሪክ ሰራተኛ

elektriķis

ገምቢ

celtnieks

መሃሃዲስ

inženieris

ልኳንዳ

miesnieks

የቧንቧ ሰራተኛ

skārdnieks

የፖስታ ሰራተኛ

pastnieks

ወታደር

karavīrs

መሃንዲስ

arhitekts

የሒሳብ ሰራተኛ

kasieris

አበባ ሻጭ

florists

የፀጉር ሰራተኛ

frizieris

ቲኬት ቆራጭ

konduktors

መካኒክ

mehāniķis

ካፒቴን

kapteinis

የጥርስ ሐኪም

zobārsts

ተመራማሪ

zinātnieks

መምህር

rabīns

የሙስሊም ሃይማኖታዊ መሪ

imāms

መነኩሴ

mūks

ካህን

mācītājs

መሳሪያዎች

instrumenti

āmurs
ተቆላፊ ጉጠት
knaibles
መፍቻ
skrūvgriezis
የመሳሪ መፍቻ
uzgriežņu atslēga
ባትሪ
kabatas lukturīti

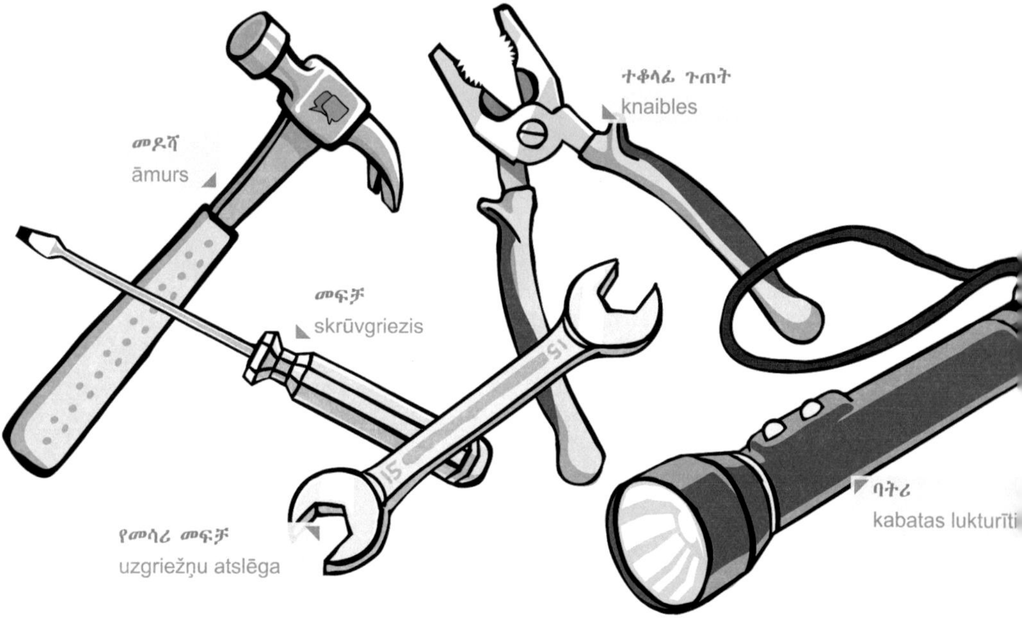

በቁፋሮ የሚዝቅ

ekskavators

የመፍቻ ሳጥን

instrumentu kaste

መሰላል

kāpnes

መጋዝ

zāģis

ምስማር

naglas

መሰርሰሪያ

urbis

መጠገን

remontēt

አካፋ

lāpsta

የተረገመ!

Velns!

ቆሻሻ ማፈሻ

liekšķere

የቀለም ቆርቆሮ

krāsas bundža

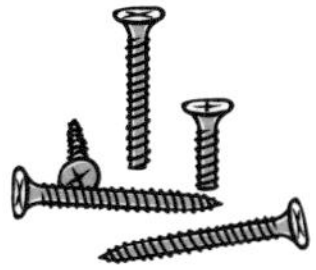

ብሎን

skrūves

የሙዚቃ መሳሪያዎች

mūzikas instrumenti

የድምፅ ማጉያ መሳርያ
skaļrunis
የከበሮ መሳሪያዎች
bungas
ክራር መሰል የሙዚቃ መሳሪያ
ģitāra
የትንፋሽ ሙዚቃ መሳሪያ
trompete
ድርብ ቤዝ ጊታር
kontrabass

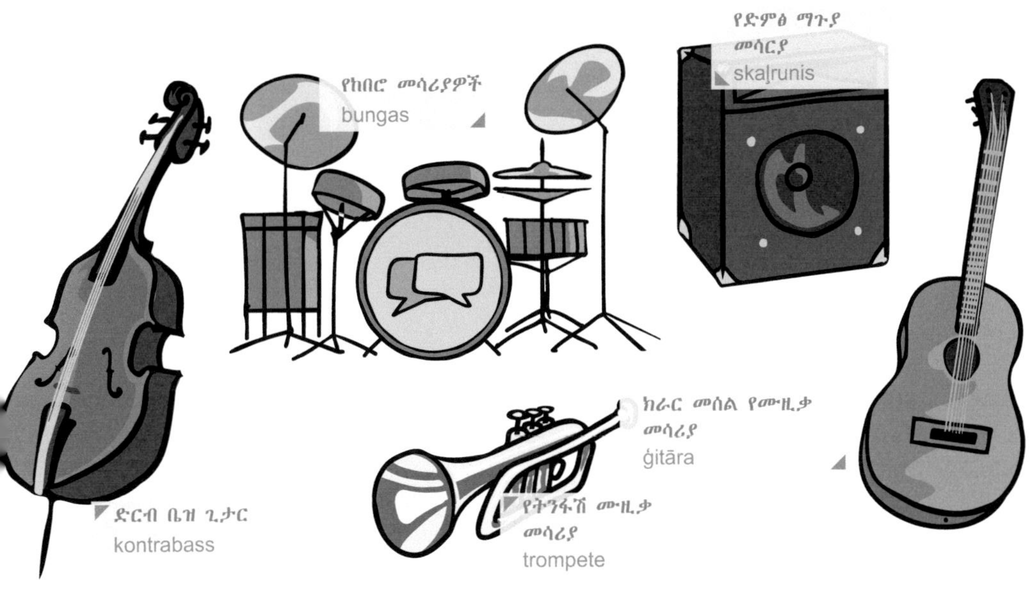

ፒያኖ

klavieres

ቫዮሊን

vijole

ወፍራም፤ ጎርናና ድምፅ ያለዉ
ክራር መሰል ሙዚቃ መሳሪያ

bass

ነጋሪት

timpāni

ከበሮ

bungas

በኤሌክትሪክ የሚሰራ ፒኖ

digitālās klavieres

የትንፋሽ ሙዚቃ መሳሪያ

saksofons

ዋሽንት

flauta

የድምፅ ማጉያ

mikrofons

የደር እንስሳት ማቆያ

zooloģiskais dārzs

ነብር
tīģeris
መግቢያ
ieeja
ሳጥን
būris
የሜዳ አህያ
zebra
የእንስሳ ምግብ
dzīvnieku barība
ትልቅ ድብ
panda

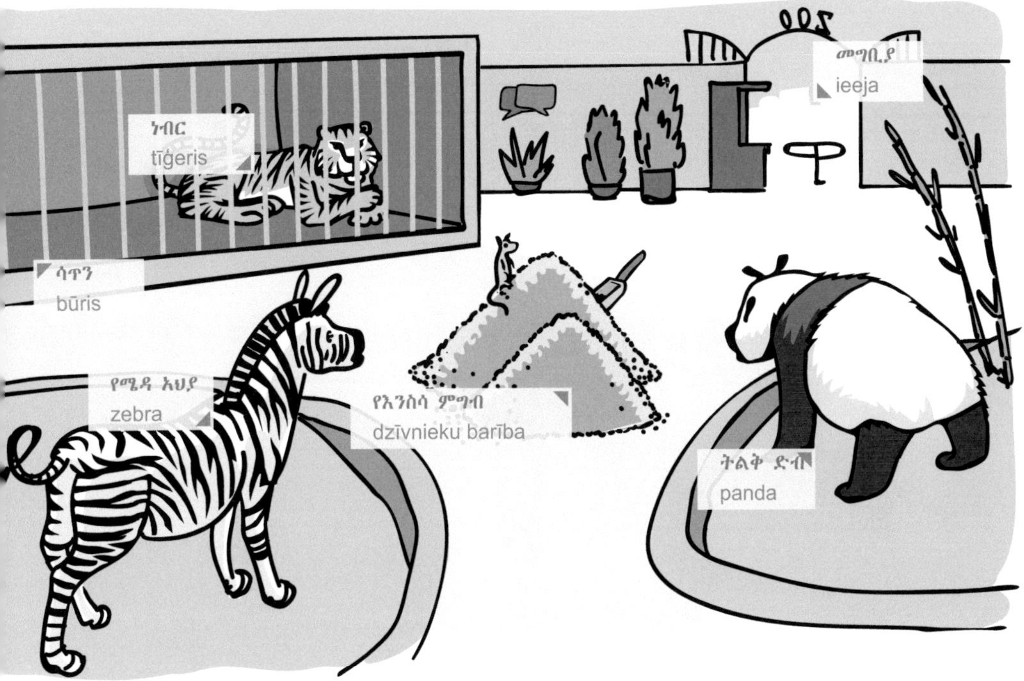

እንስሳቶች

dzīvnieki

ዝሆን

zilonis

ካንጋሮ

ķengurs

አዉራሪስ

degunradzis

ትልቅ ዝንጀሮ

gorilla

ድብ

lācis

ግመል

kamielis

ሰጎን

strauss

አንበሳ

lauva

ጦጣ

pērtiķis

ቅልጥመ ረዥም ወፍ

flamings

በቀቀን

papagailis

የወዋልታ ድብ

polārlācis

የዋልታ ወፎች

pingvīns

ረጅም ጥርሶች ያሉትአሳ ነባሪ

haizivs

ጣዎስ

pāvs

እባብ

čūska

አዞ

krokodils

የዱር አራዊት የሚጠበቁበት
ማቆያን የሚጠብቅ

zoodārza sargs

አሳ በሊታ የባህር እንስሳ

ronis

የዱር ድመት

jaguārs

60 የደር እንስሳት ማቆያ - zooloģiskais dārzs

ድንክ ፈረስ

ponijs

ነብር

leopards

ጉማሬ

nīlzirgs

ቀጭኔ

žirafe

ንስር

ērglis

ከርከሮ

meža cūka

አሳ

zivs

የባህር ኤሊ

bruņurupucis

የባህር አዉሬ

valzirgs

ቀበሮ

lapsa

የሜዳ ፍየል፤ ሚዳቋ

gazele

የስፖርት አይነቶች

sports

የአሜሪካ እግርኳስ
amerikāņu futbols
የብስክሌት ስፖርት
riteņbraukšana
ቴኒስ
teniss
የቅርጫት ኳስ
basketbols
ዋና
peldēšana
የቡጢ ስፖርት
bokss
የበረዶ ላይ የገና ጨዋታ
hokejs

እግር ኳስ

futbols

የላበ ኳስ ጨዋታ

badmintons

አትሌቲክስ

vieglatlētika

የእጅ ኳስ ስፖርት

rokas bumba

የበረዶ መንሸራተት ስፖርት

slēpošana

ፈረስ ግልቢያ

polo

እንቅስቃሴዎች

darbības

መዝለል
lēkt
ማቀፍ
apskaut
መሳቅ
smieties
መራመድ
iet
መዘመር
dziedāt
ህልም ማለም
sapņot
መፀለይ
lūgt
መሳም
skūpstīt

መፃፍ

rakstīt

መሳል

zīmēt

ማሳየት

rādīt

መግፋት

spiest

መስጠት

dot

መዉሰድ

ņemt

መያዝ

būt

ማድረግ

darīt

መሆን

būt

መቆም

stāvēt

መሮጥ

skriet

መሳብ

vilkt

መወርወር

mest

መዉደቅ

krist

መዋሸት

gulēt

መጠበቅ

gaidīt

መሸከም

nest

መቀመጥ

sēdēt

መልበስ

uzģērbt

መተኛት

gulēt

መንቃት

pamosties

መመልከት

skatīties

ማለልቀስ

raudāt

መጫር

glāstīt

ማበጠር

ķemmēt

ማዉራት

runāt

መረዳት

saprast

ጥያቄ

jautāt

ማዳመጥ

dzirdēt

መጠጣት

dzert

መብላት

ēst

ማንፃት

sakārtot

ማፍቀር

mīlēt

ምግብ ማብሰል

vārīt

መንዳት

braukt

መብረር

lidot

መርከብ መንዳት

burot

ቁጥሮችን ማስላት

rēķināt

ማንበብ

lasīt

መማር

mācīties

መስራት

strādāt

ማግባት

precēties

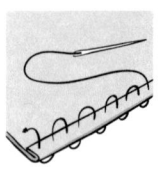

መስፋት

šūt

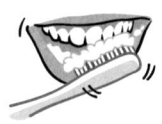

ጥርስ መቦረሽ

tīrīt zobus

መግደል

nogalināt

ማጨስ

smēķēt

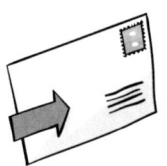

መላክ

sūtīt

ቤተሰብ
ģimene

የሴት አያት
vecāmāte
የወንድ አያት
vectēvs
አባት
tēvs
እናት
māte
ህፃን
mazulis
ሴት ልጅ
meita
ወንድ ልጅ
dēls

እንግዳ

viesis

አክስት

tante

አጎት

onkulis

ወንድም

brālis

እህት

māsa

አካል

ķermenis

ግንባር
piere
አይን
acs
ትከሻ
plecs
ጣት
pirksts
ፊት
seja
አገጭ
zods
እጅ
roka
ጡት
krūtis
እግር
kāja
ክንድ
roka

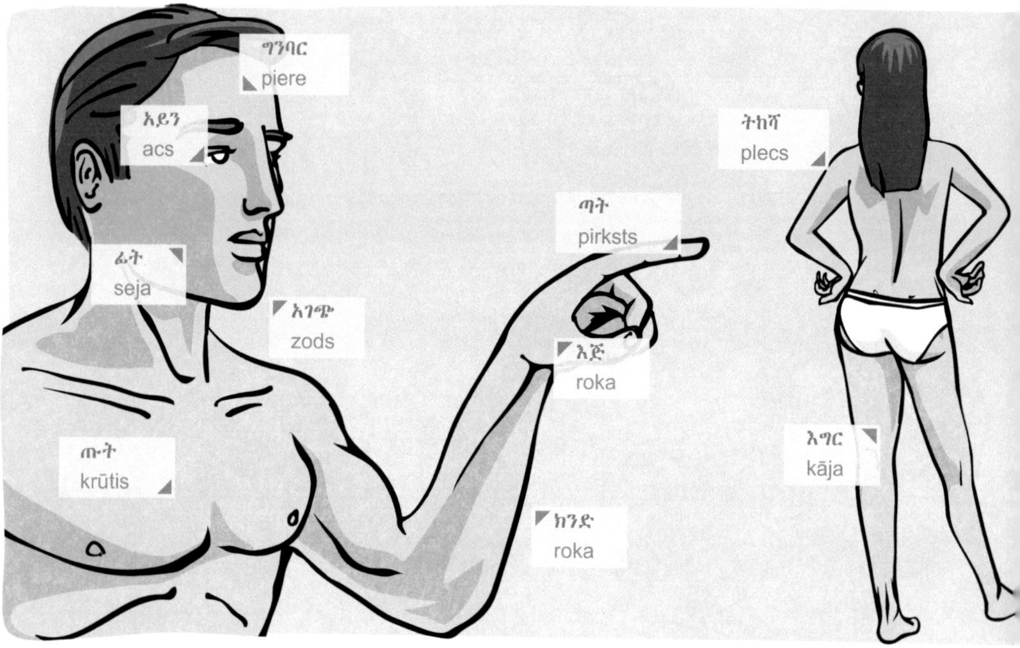

ህፃን

mazulis

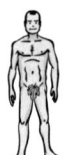

ሰዉ

vīrietis

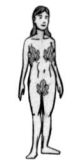

ሴት

sieviete

ልጃገረድ

meitene

ወንድ ልጅ

zēns

ራስ

galva

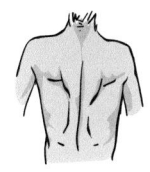

ጀርባ

mugura

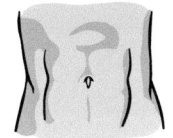

ሆድ

vēders

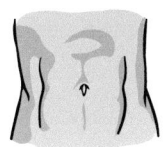

እምብርት

naba

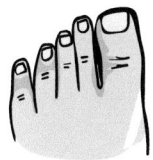

የእግር ጣት

kājas pirksts

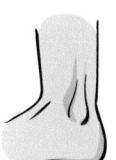

ተረከዝ

papēdis

አጥንት

kauls

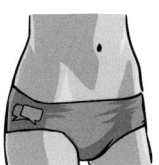

ዳሌ

gurns

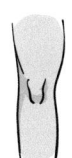

ጉልበት

celis

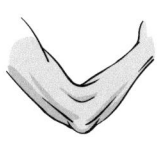

ክርን

elkonis

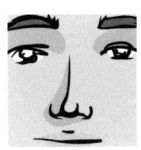

አፍንጫ

deguns

ቂጥ

dibens

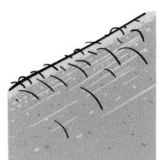

ቆዳ

āda

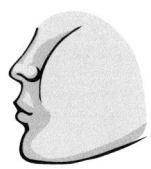

ጉንጭ

vaigs

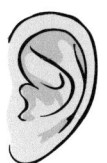

ጆሮ

auss

ከንፈር

lūpa

አፍ

mute

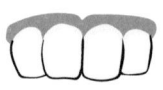

ጥርስ

zobs

ምላስ

mēle

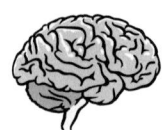

አንጎል

smadzenes

ልብ

sirds

ጡንቻ

muskulis

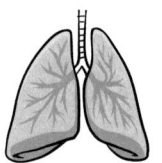

ሳምባ

plaušas

ጉበት

aknas

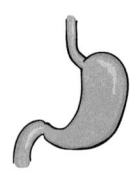

ሆድ

kuņģis

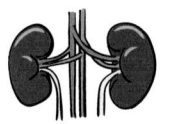

ኩላሊቶች

nieres

የግብረስጋ ግንኙነት

dzimumakts

ኮንዶም

kondoms

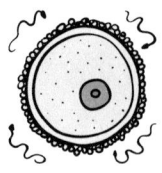

የሴት እንቁላል

olšūna

የዘር ፈሳሽ

sperma

እርግዝና

grūtniecība

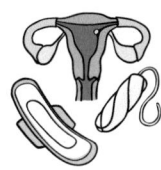

የወር አበባ

menstruācijas

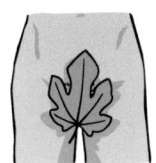

እምስ

vagīna

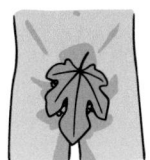

ቁላ

penis

ቅንድብ

uzacs

ፀጉር

mati

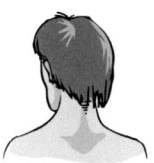

አንገት

kakls

ሆስፒታል
slimnīca

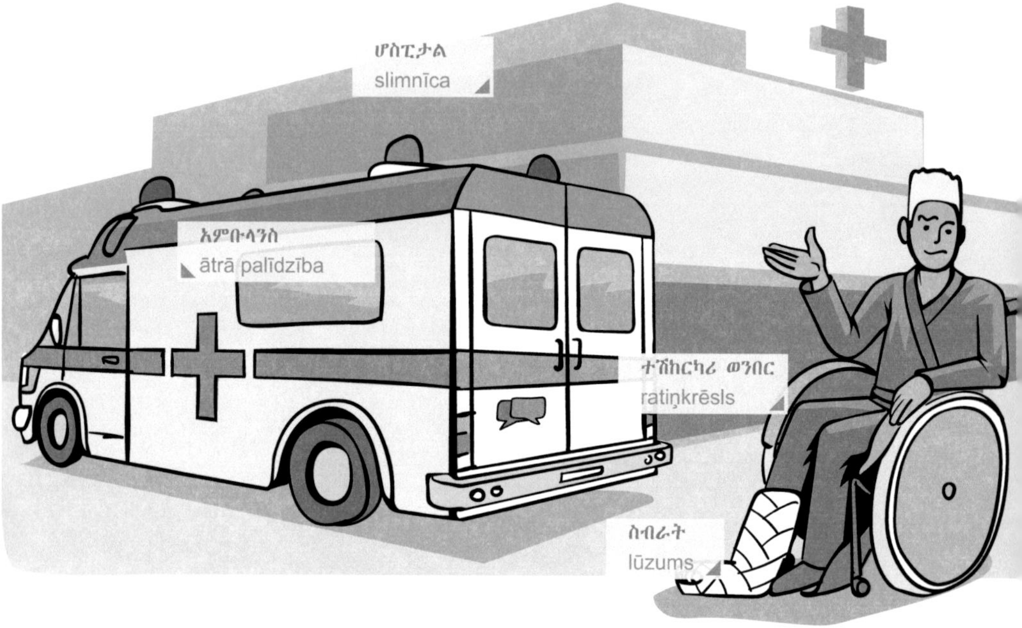

ሆስፒታል
slimnīca
አምቡላንስ
ātrā palīdzība
ተሽከርካሪ ወንበር
ratiņkrēsls
ስብራት
lūzums

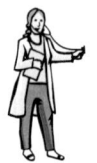

ዶክተር

ārsts

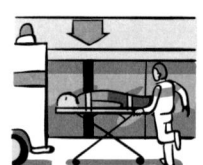

ድንገተኛ ክፍል

neatliekamās palīdzības nodaļa

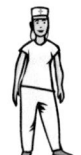

ነርስ

medmāsa

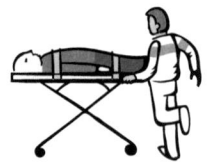

ድንገተኛ

ārkārtas gadījums

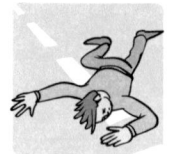

ራስን መሳት/ አለማወቅ

paģībis

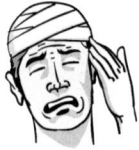

ህመም

sāpes

ጉዳት

ievainojums

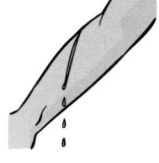

መድማት

asiņošana

የልብ ድካም

sirdslēkme

ስትሮክ

insults

አለርጂ

alerģija

ሳል

klepus

ትኩሳት

temperatūra

ኢንፍሎዌንዛ

gripa

ተቅማጥ

caureja

የራስ ምታት

galvassāpes

ካንሰር

vēzis

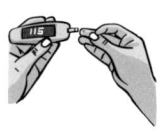

የስኳር በሽታ

diabēts

ቀዶ ጠጋኝ ሐኪም

ķirurgs

የቀዶ ጥገና ስለት

skalpelis

ቀዶ ጥገና

operācija

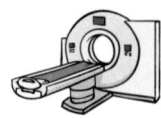

ሲቲ

datortomogrāfija

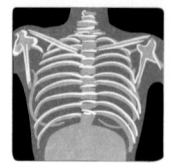

ኤክስሬዮ

rentgents

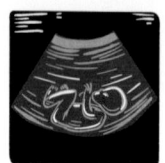

አልትራሳዉንድ

ultraskaņa

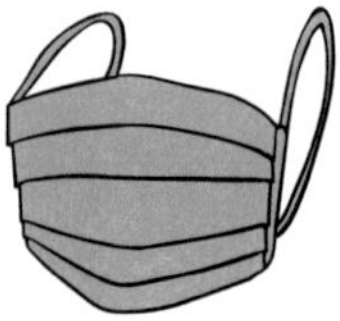

የፊት ጭምብል

sejas maska

በሽታ

slimība

መጠበቂያ ክፍል

uzgaidāmā telpa

ምርኩዝ

kruķis

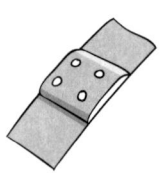

የቁስል ማሸጊያ

plāksteris

ፋሻ

apsējs

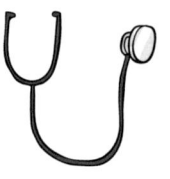

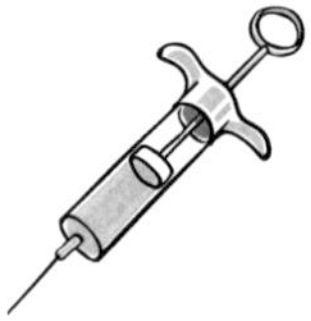

መርፌ

injekcija

የልብ ምት ማዳመጫ መሳሪያ

stetoskops

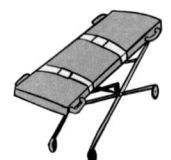

የበሽተኛ አልጋ

nestuves

የህክምና ሙቀት መለኪያ መሳሪያ

termometrs

መውለድ

dzemdības

ከልክ ያለፈ ክብደት

liekais svars

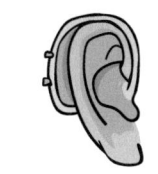

ለመስማት የሚረዳ መሳሪያ

dzirdes aparāts

ፀረ ተባይ መድሀኒት

dezinfekcijas līdzeklis

ማመርቀዝ

infekcija

ቫይረስ

vīruss

ኤች አይቪ ኤድስ

HIV / AIDS

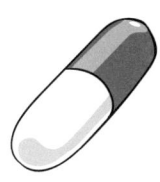

ህክምና

zāles

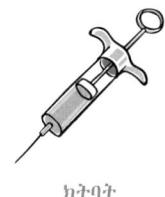

ክትባት

pote

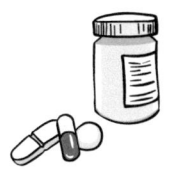

ኪኒን

tabletes

ኪኒን

pretapaugļošanās tablete

አስቸኳይ የስልክ ጥሪ

ārkārtas izsaukums

ደም ግፊት መቆጣጠሪያ

asinsspiediena mērītājs

ህመም/ ጤንነት

slims / vesels

ድንገተኛ
ārkārtas gadījums

እርዳታ!

Palīgā!

ማንቂያ ደወል

trauksme

ጥቃት

uzbrukums

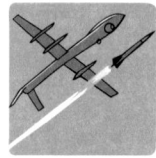

ድብደባ

uzbrukums

አደጋ

bīstamība

የድንገተኛ መዉጫ

avārijas izeja

እሳት!

Uguns!

እሳት ማጥፊያ

ugunsdzēšamais aparāts

አደጋ

negadījums

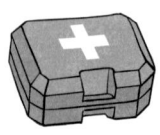

የመጀመሪያ እርዳታ መድሃኒት መያዣ

pirmās palīdzības aptieciņa

ነፍስ አድን

SOS

ፖሊስ

policija

አዉሮፓ

Eiropa

ሰሜን አሜሪካ

Ziemeļamerika

ደቡብ አሜሪካ

Dienvidamerika

አፍሪካ

Āfrika

እስያ

Āzija

አዉስትራሊያ

Austrālija

አትላንቲክ

Atlantijas okeāns

ፓስፊክ

Klusais okeāns

የህንድ ዉቅያኖስ

Indijas okeāns

አንታርክቲክ ዉቅያኖስ

Dienvidu okeāns

አርክቲክ ዉቅያኖስ

Ziemeļu ledus okeāns

ሰሜን ዋልታ

Ziemeļpols

ደቡብ ዋልታ

Dienvidpols

አንታርክቲካ

Antarktika

ምድር

zeme

መሬት

zeme

ባህር

jūra

ደሴት

sala

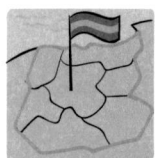

አገርና ህዝብ

nācija

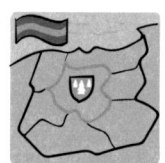

መንግስት

valsts

ሰዓት

pulkstenis

የሰዓት ገፅታ

ciparnīca

ሰዓት

stundu rādītājs

ደቂቃ

minūšu rādītājs

ሴኮንድ

sekunžu rādītājs

ስንት ሰዓት ነው?

Cik ir pulkstenis?

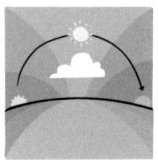

ቀን

diena

ጊዜ

laiks

አሁን

tagad

የቁጥር ሰዐት

digitālais pulkstenis

ደቂቃ

minūte

ሰዓታት

stunda

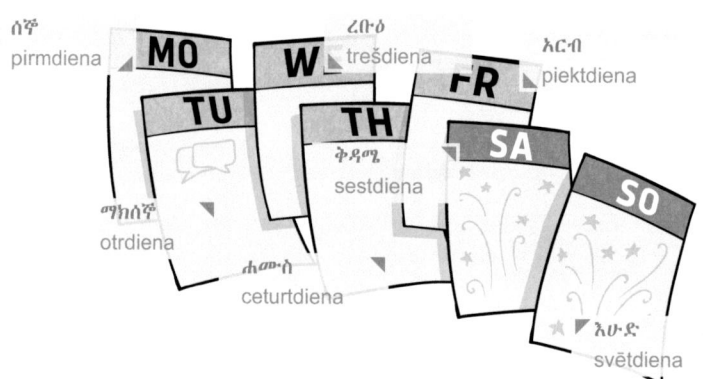

ሳምንት

nedēļa

ሰኞ
pirmdiena
TU
ማክሰኞ
otrdiena
ረቡዕ
trešdiena
ሐሙስ
ceturtdiena
አርብ
piektdiena
ቅዳሜ
sestdiena
እሁድ
svētdiena

ትላንት

vakardien

ዛሬ

šodien

ነገ

rītdien

ማለዳ

rīts

ቀትር

pusdienlaiks

ምሽት

vakars

የስራ ቀናት

darbadienas

የዕረፍት ቀናት

brīvdienas

ዝናብ
lietus
ቀስተ ዳመና
varavīksne
ነ
vejs
ጥጥ የሚመስል አመዳይ
በረዶ
sniegs
ፀደይ
pavasaris
መኸር
rudens
በጋ
vasara
ክረምት
ziema

4.APRIL 11°
5.APRIL 4°
6.APRIL 13°
7.APRIL 8°
8.APRIL 10°

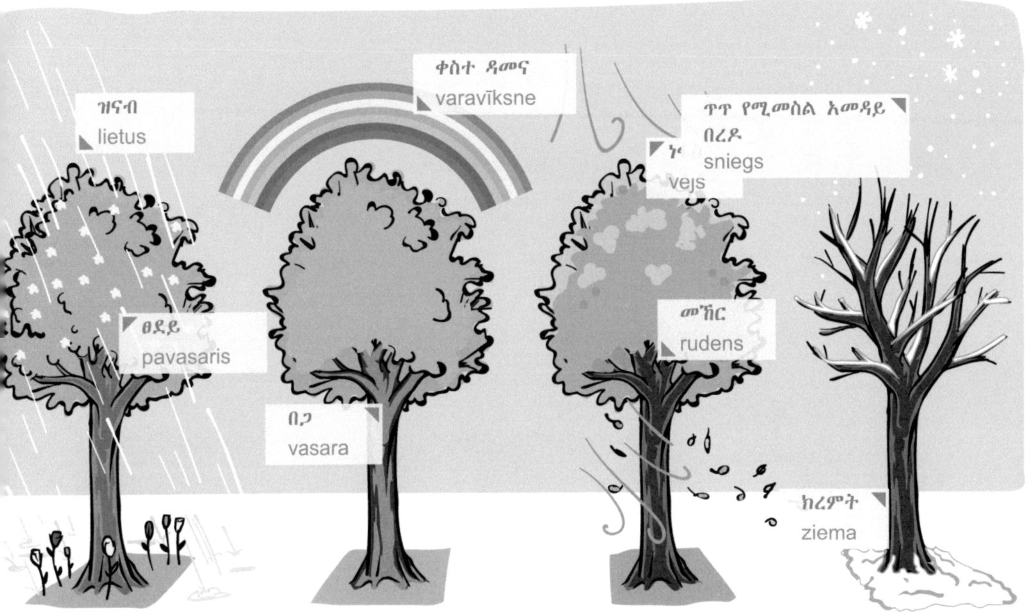

የአየር ሁኔታ ትንበያ

laika prognoze

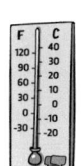

0
10
0
-10

የሙቀት መለኪያ

termometrs

የፀሀይ ሙቀት

saules gaisma

ደመና

mākonis

ጭጋግ

migla

እርጥበታማነት

gaisa mitrums

መብረቅ

zibens

ነጎድጓድ

pērkons

አዉሎ ንፋስ

vētra

የበረዶ ዝናብ

krusa

አዉሎ ንፋስ

musons

ጎርፍ

plūdi

በረዶ

ledus

ጥር

janvāris

የካቲት

februāris

መጋቢት

marts

ሚያዚያ

aprīlis

ግንቦት

maijs

ሰኔ

jūnijs

ሐምሌ

jūlijs

ነሀሴ

augusts

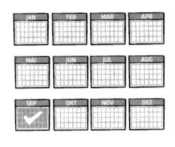

መስከረም

septembris

ጥቅምት

oktobris

ህዳር

novembris

ታህሳስ

decembris

ቅርፆች

formas

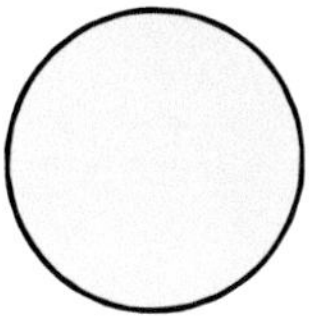

ክብ

aplis

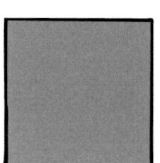

አራት ማዕዘን

kvadrāts

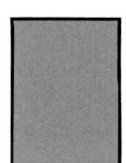

አራት ቀጥተኛ ማዕዘኖች ጎኖች ያሉት ቅርፅ

četrstūris

ሶስት ማዕዘን

trīsstūris

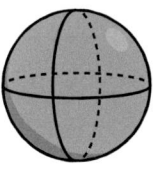

ሉል

lode

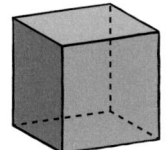

ስድስት ጎን ያለዉ ቅርፅ

kubs

ቀለማት

krāsas

ነጭ

balts

ቢጫ

dzeltens

ብርቱካናማ

oranžs

ሮዝ

sārts

ቀይ

sarkans

ወይን ጠጅ

lillā

ሰማያዊ

zils

አረንጓዴ

zaļš

ቡኒ

brūns

ግራጫ

pelēks

ጥቁር

melns

ተቃራኒዎች

pretstati

ብዙ/ ጥቂት

....

daudz / maz

ንዴት/ እርጋታ

....

saniknots / miermīlīgs

ቆንጆ/ አስቀያሚ

....

skaists / neglīts

ጅማሬ/ ፍፃሜ

....

sākums / beigas

ትልቅ/ ትንሽ

....

liels / mazs

ደማቅ/ ደብዛዛ

....

gaišs / tumšs

ወንድም/ እህት

....

brālis / māsa

ንፁህ/ ቆሻሻ

....

tīrs / netīrs

የተሟላ/ ያልተሟላ

....

pilnīgs / nepilnīgs

ቀን/ ምሽት

....

diena / nakts

የሞተ/ ህያዉ

....

miris / dzīvs

ሰፊ/ ጠባብ

....

plats / šaurs

የሚበላ/ የማይበላ

....

baudāms / nebaudāms

ክፉ/ ደግ

....

nikns / laipns

ደስተኛ/ ድብርተኛ

....

satraukts / garlaikots

ወፍራም/ ቀጭን

....

resns / tievs

መጀመርያ/ መጨረሻ

....

pirmais /pēdējais

ጓደኛ/ ጠላት

....

draugs / ienaidnieks

ሙሉ/ ጎዶሎ

....

pilns / tukšs

ጠንካራ/ ለስላሳ

....

ciets / mīksts

ከባድ/ ቀላል

....

smags / viegls

ረሃብ/ ጥማት

....

izsalkums / slāpes

ህመም/ ጤንነት

....

slims / vesels

ህገወጥ/ ህጋዊ

....

nelegāls / legāls

ጎበዝ/ ደደብ

....

inteliģents / dumjš

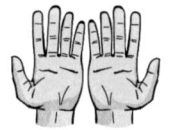

ግራ/ ቀኝ

....

kreisais / labais

ቅርብ/ ሩቅ

....

tuvu / tālu

አዲስ/ አሮጌ

....

jauns / lietots

ምንም/ የሆነ ነገር

....

nekas / kaut kas

ሽማግሌ/ ወጣት

....

vecs / jauns

የበራ/ የጠፋ

....

ieslēgts / izslēgts

ክፍት/ ዝግ

....

atvērts / slēgts

ፀጥታ/ ጫጫታ

....

kluss / skaļš

ሃብታም/ ደሃ

....

bagāts / nabags

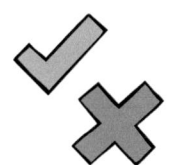

ትክክለኛ/ የተሳሳተ

....

pareizi / nepareizi

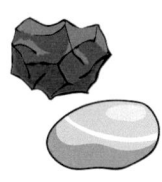

ሻካራ/ ለስላሳ

....

raupjš / gluds

ሐዘን/ ደስታ

....

noskumis / laimīgs

አጭር/ ረዥም

....

īss / garš

ዝግተኛ/ ፈጣን

....

lēns / ātrs

እርጥብ/ ደረቅ

....

slapjš / sauss

ሞቃት/ ቀዝቃዛ

....

silts / vēss

ጦርነት/ ሰላም

....

karš / miers

ቁጥሮች

skaitļi

0

ዜሮ

nulle

1

አንድ

viens

2

ሁለት

divi

3

ሶስት

trīs

4

አራት

četri

5

አምስት

pieci

6

ስድስት

seši

7

ሰባት

septiņi

8

ስምንት

astoņi

9

ዘጠኝ

deviņi

10

አስር

desmit

11

አስራ አንድ

vienpadsmit

12

አስራ ሁለት
divpadsmit

13

አስራ ሶስት
trīspadsmit

14

አስራ አራት
četrpadsmit

15

አስራ አምስት
piecpadsmit

16

አስራ ስድስት
sešpadsmit

17

አስራ ሰባት
septiņpadsmit

18

አስራ ስስምንት
astoņpadsmit

19

አስራ ዘጠኝ
deviņpadsmit

20

ሃያ
divdesmit

100

መቶ
simts

1.000

ሺህ
tūkstotis

1.000.000

ሚሊዮን
miljons

ቋንቋዎች

Valodas

እንግሊዝኛ

angļu

የአሜሪካ እንግሊዝኛ

amerikāņu angļu

የቻይና ማንዳሪን

ķīniešu mandarīnu valoda

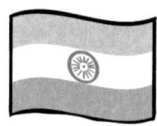

ሂንዱ

hindi

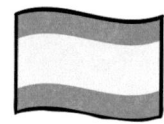

ስፓኒሽ

spāņu

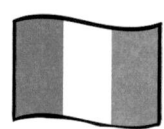

ፍሬንች

franču

አረብኛ

arābu

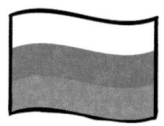

ራሺያኛ

krievu

ፖርቹጊዝ

portugāļu

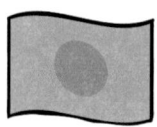

ቤንጋሊ

bengāļu

ጀርመን

vācu

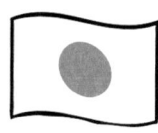

ጃፓንኛ

japāņu

ማን/ ምን/ እንዴት
kas / ko / kā

እኔ

es

አንተ

tu

እሱ/ እርሷ/ እቃዉ

viņš / viņa

እኛ

mēs

አንተ

jūs

እነርሱ

viņi / viņas

ማን?

kas?

ምን?

ko?

እንዴት?

kā?

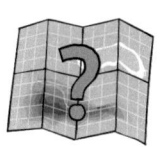

የት?

kur?

መቼ?

kad?

ስም

vārds

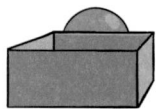

የት

kur

በስተጀርባ

aiz

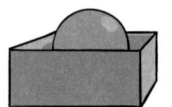

ውስጥ

iekšā

ከፊት ለፊት

priekšā

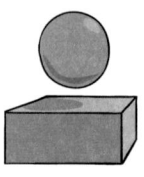

ከላይ

virs

ላይ

uz

ከስር

zem

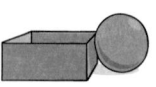

አጠገብ

blakus

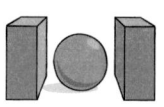

መሃከል

starp

ቦታ

vieta